škola - ilé-ìwé	2
putovanje - ìrìn àjò	5
transport - ọkọ̀	8
grad - ìlú	10
krajolik - ẹlẹ́bùú	14
restoran - ilé oúnjẹ	17
supermarket - ibi ìtajà	20
piće - ohun mímu	22
jelo - oúnjẹ	23
seosko imanje - oko	27
kuća - ilé	31
dnevni boravak - yàrá ìgbé	33
kuhinja - ilé ìdáná	35
kupatilo - ilé ìwẹ̀	38
dječija soba - yàrá ọmọdé	42
odjeća - aṣọ	44
ured - ọfisi	49
ekonomija - ọrọ̀ ajé	51
zanimanja - àwọn iṣẹ́ ààyò	53
alat - àwọn irinṣẹ́	56
muzički instrumenti - àwọn irinṣẹ́ orin	57
zoološki vrt - ibi ẹranko	59
sport - àwọn eré ìdárayá	62
aktivnosti - àwọn iṣẹ́	63
porodica - ẹbí	67
tijelo - ara	68
bolnica - ilé ìwòsàn	72
hitna pomoć - pàjáwìrì	76
Zemlja - Ayé	77
sat - aago	79
sedmica, nedjelja - ọ̀sẹ̀	80
godina - ọdún	81
oblici - àwọn ìrísí	83
boje - àwọn àwọ̀	84
suprotnosti - òdì	85
brojevi - nọ́mbà	88
jezici - àwọn èdè	90
ko / šta / gdje - tani / kínni / báwo	91
gdje - níbo	92

Impressum
Verlag: BABADADA GmbH, Nedderfeld 112 , 22529 Hamburg
Geschäftsführer / Verlagsleitung: Harald Hof
Druck: Books on Demand GmbH, In de Tarpen 42, 22848 Norderstedt

Imprint
Publisher: BABADADA GmbH, Nedderfeld 112 , 22529 Hamburg, Germany
Managing Director / Publishing direction: Harald Hof
Print: Books on Demand GmbH, In de Tarpen 42, 22848 Norderstedt

škola
ilé-ìwé

učionica
yàrá ìkàwé

dijeliti
pínpín

tabla
pẹpẹ

školsko dvorište
yáàdì ilé-ìwé

učitelj, nastavnik
olùkọ́

papir
pẹ́pà

pisati
kọwé

olovka
kálàmù

pisaći sto
dẹsíkì

lenjir
rúlà

knjiga
ìwé

učenik
akẹ́kọ̀ọ́

torba

ọ̀rá

pernica

àpò pẹnsuru

drvena olovka

pẹnsuru

šiljalo za olovke

olùgbẹ́ pẹnsuru

gumica

rọbà

blok za crtanje

bọ́tìnnì yíyàwòrán

škola - ilé-ìwé

crtež	kist	kutija s bojama
yíyàròwán	burọ́ṣi ọ̀dà	àpótí ọ̀dà

makaze	ljepilo	vježbanka
sisọ́sí	gúlù	ìwé iṣẹ́

2+2

domaća zadaća	broj	sabirati
iṣẹ́ àmúrelé	nọ́mbà	àfikún

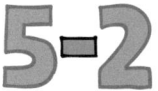  

oduzimati	množiti	računati
àyọkúrò	ìsọdipúpọ̀	ṣírò

slovo	abeceda	riječ
lẹ́tà	alábídí	ọ̀rọ̀ sísọ

škola - ilé-ìwé

tekst	čitati	kreda
ọ̀rọ̀ kíkọ	kàwé	ṣọ́ọ̀kì

sat	školski dnevnik	ispit
ìkẹ́kọ́ọ́	forúkọsílẹ̀	ìdánwò

svjedočanstvo	školska uniforma	izobrazba
ìwé-ẹrí	aṣọ ilé-ìwé	ẹ̀kọ́

leksikon	univerzitet	mikroskop
ìwé ìmọ̀	yunifasiti	ẹ̀rọ gbohùngbohùn
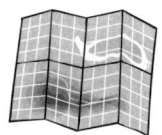		
karta	korpa za papir	
àwòrán àgbáyé	agbọ̀n ìdalẹ̀nù	

škola - ilé-ìwé

putovanje
ìrìn àjò

hotel
ilé ìtura

hostel
ibùgbé akẹ́kọ̀ọ́

mjenjačnica
ibi ìpàrọ̀ owó

kofer
àpótí ọwọ́

auto
ọkọ̀ ayọ́kẹ́lẹ́

jezik
èdè

da / ne
bẹ́ẹ̀ni / bẹ́ẹ̀kọ́

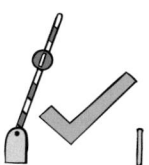

okej
Ó dára

zdravo
ẹpẹ̀lẹ́

tumač
olùtúmọ̀ èdè

hvala
O ṣeun

Koliko košta...?
èló ni... ?

Ne razumijem
Kò yé mi

problem
ìṣòro

dobro veče!
Ẹ káalẹ́!

Dobro jutro!
Ẹ kaarọ!

Laku noć!
Ẹ káalẹ́!

doviđenja
ódìgbà

smjer
ìtọ́ni

prtljag
ẹrù-ẹni

torba
báàgì

ruksak
àpò ẹ̀yìn

gost
àlejò

soba
yàrá

vreća za spavanje
báàgì ibùsùn

šator
àgọ́

putovanje - ìrìn àjò

turističke informacije
àlàyé arìnrin àjò

plaža
òkun

kreditna kartica
káàdì arópò owó

doručak
oúnjẹ àárọ̀

ručak
oúnjẹ ọ̀sán

večera
oúnjẹ alẹ́

putna karta
tikẹti

lift
ìgbésókè

poštanska markica
èdìdí

granica
àlà

carina
àwọn àṣà

ambasada
ibi ìwé ìrìnà

viza
fisa

pasoš
ìwé ìrìnà

transport
ọkọ̀

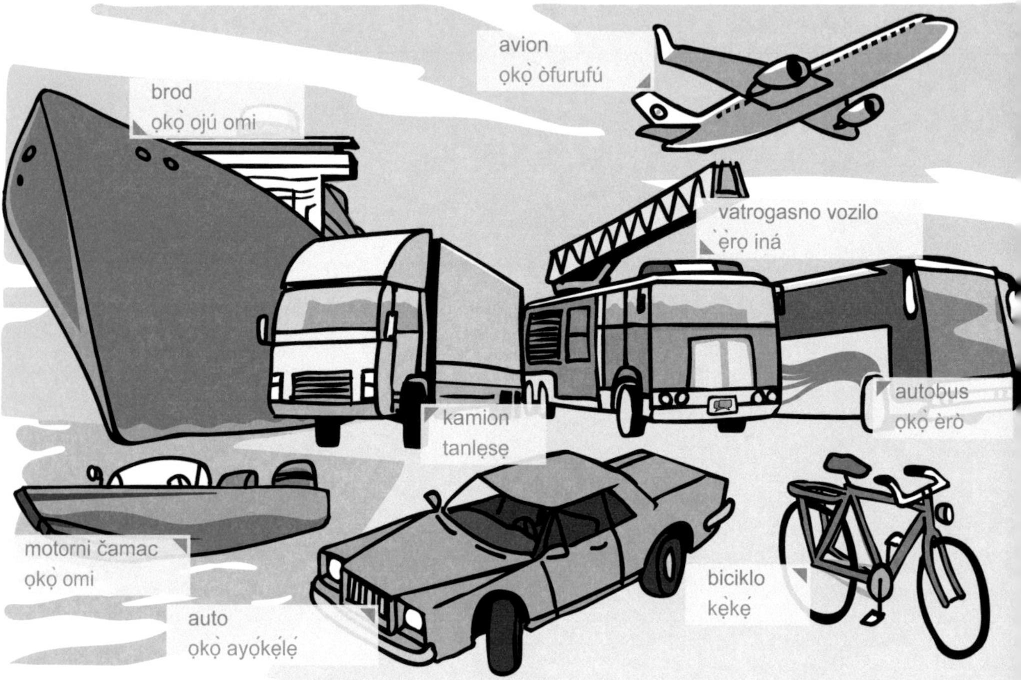

trajekt — ọpán

brod — ọpọ́n ojú omi

motocikl — atapùpù

policijski automobil — ọkọ̀ ọlọ́pàá

trkaći automobil — ọkọ̀ ìsáré

unajmljeni automobil — ọkọ̀ yíyá

transport - ọkọ̀

kar-šering	pauk	smećarsko vozilo
àpínlò ọkọ̀	ìgbọ́kọ̀	ọkọ̀ dída ilẹ̀ nù

motor	gorivo	benzinska pumpa
manto	epo	ilé epo

 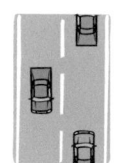 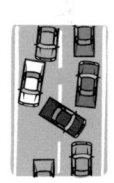

saobraćajni znak	saobraćaj	zastoj
àmì ìwakọ̀	ìwakọ̀	súnkẹrẹ

parking	željeznička stanica	šine
ibi ìgbọ́kọ̀sí	ibùdókọ̀ ojú irin	àwọn òpópó

 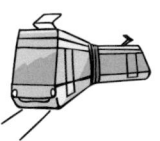 

voz	tramvaj	vagon
ọkọ̀ ojú irin	ọkọ̀ ori ilẹ̀	ẹrù

transport - ọkọ̀

helikopter	aerodrom	toranj
ẹlikọputa	ibùdókọ̀ òfurufú	òpó

putnik	kontejner	karton
èrò	ibi ìpamọ́	katun

tačke	korpa	poletjeti / sletjeti
apẹ̀rẹ̀	agbọ̀n	gbéra / balẹ̀

grad
ìlú

selo	centar grada	kuća
abúlé	ààrín ìlú	ilé

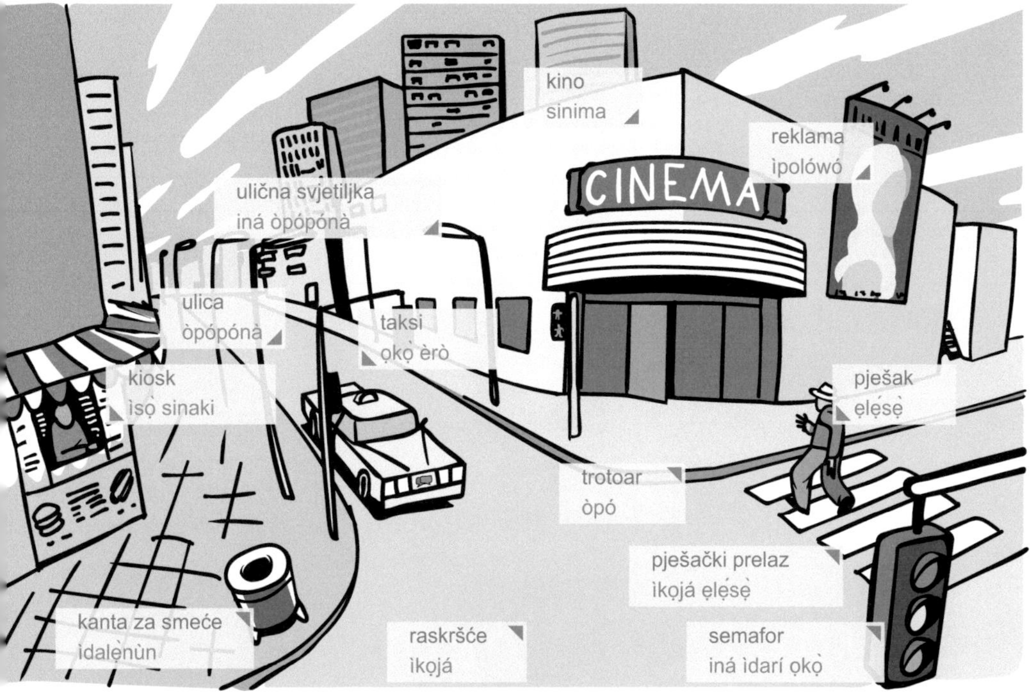

koliba
abà

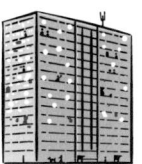

stan
filati

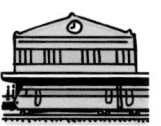

željeznička stanica
ibùdókọ̀ ojú irin

vjećnica
ojúde

muzej
musiọmu

škola
ilé-ìwé

grad - ìlú

univerzitet	banka	bolnica
yunifasiti	ilé ifowópamọ́	ilé ìwòsàn

hotel	apoteka	ured
ilé ìtura	olùta ògùn	ọfisi

knjižara	radnja	cvjećara
ìsọ ìwé	ìsọ	òdòdó

supermarket	pijaca	robna kuća
ibi ìtajà	ọjà	ibi ẹka iṣẹ́

prodavač ribe	trgovački centar	luka
ibi eja	ibi ìrajà	bèbè omi

grad - ìlú

park

ibi ìgbafẹ́

klupa

àga

most

afárá

stepenice

àgàsọ̀

podzemna željeznica

abẹ́ ilẹ̀

tunel

ihò ilẹ̀

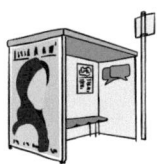

autobuska stanica

ibùdókọ̀

bar

ilé ọtí

restoran

ilé oúnjẹ

poštanski sandučić

àpótí ìfìwéránṣẹ́

saobraćajni znak

àmì òpópónà

sat za naplatu parkinga

mita ìgbọ́kọ̀sí

zološki vrt

ibi ẹranko

bazen

ibi ìwẹ̀

džamija

mọ́ṣáláṣí

grad - ìlú

seosko imanje
oko

zagađenje okoline
ìdọ̀tí

groblje
ibi ìsinkú

crkva
ilé ijọsìn

igralište
ibi ìṣeré

hram
tẹmpili

krajolik
ẹlẹ́bùú

list — ewé
putokaz — ajúwe
putokaz — ọ̀nà
livada — ilẹ̀ koríko
kamen — òkúta
drvo — igi
putnik — olùrìn
rijeka — odò
trava — kóríko
cvijet — òdòdó

krajolik - ẹlẹ́bùú

dolina	brdo	jezero
kòtò	òkè	adágún omi
	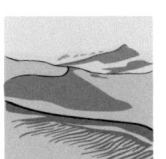	
šuma	pustinja	vulkan
aginjù	aṣálẹ̀	ilẹ̀ ríru

dvorac	duga	gljiva
ibùgbé	òṣùmàrè	esun

palma	komarac	muha
ọ̀pẹ	ẹ̀fọn	eṣinṣin

mrav	pčela	pauk
kòkòrò	oyin	alantakun

krajolik - ẹlẹ́bùú

buba

làbọnlàbọn

žaba

ọ̀pọ̀lọ́

vjeverica

ọkẹ́rẹ́ ńlá

jež

sẹ́sẹ́

zec

ọkẹ́rẹ́

sova

òwìwí

ptica

ẹyẹ

labud

pẹ́pẹ́yẹ ńlá

divlja svinja

ẹlẹ́dẹ̀ igbó

jelen

àgbọ̀nrín

los

àgbọ̀nrín ńlá

brana

adágún

vjetrenjača

ọ̀pá afẹ́fẹ́

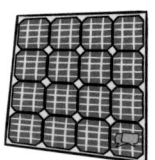

solarni modul

panẹ̀ẹ̀lì òrùn

klima

ojú-ọjọ́

krajolik - ẹlẹ́bùú

restoran
ilé oúnjẹ

konobar
agbóunjẹ

jelovnik
àkọsílẹ̀ oúnjẹ

stolica
àga

supa
ọbẹ̀

pica
pisa

pribor za jelo
ọbẹ̀

stolnjak
aṣọ tábìlì

predjelo
ìpanu

glavno jelo
oúnjẹ gangan

desert
ìpanu lẹ́yin oúnjẹ

piće
ohun mímu

jelo
oúnjẹ

flaša
ìgò

brza hrana
oúnjẹ kíá

jelo sa ulice
oúnjẹ òpópónà

čajnik
abọ́ tii

šećernica
abọ ṣúgà

porcija
ìpín

mašina za espreso
`ẹ̀rọ ẹsipirẹso

barska stolica
àga gíga

račun
ináwó oṣoṣù

tacna
tire

nož
ọ̀bẹ

viljuška
fọ́ọ̀kì

kašika
ṣíbí

kašičica
ṣíbí tii

salveta
pépà ìnuwọ́

čaša
gilasi

18   restoran - ilé oúnjẹ

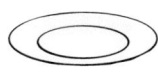
tanjir
abọ́

tanjir za supu
abọ́ ọbẹ̀

tanjurić
pẹlẹbẹ

sos
ọbẹ̀

solanik
kòkò iyọ̀

mlin za biber
ìlọta

sirće
fẹniga

ulje
òróró

začini
èròjà

kečap
kẹsọpu

senf
mọsitadi

majoneza
mayonesi

restoran - ilé oúnjẹ

supermarket
ibi ìtajà

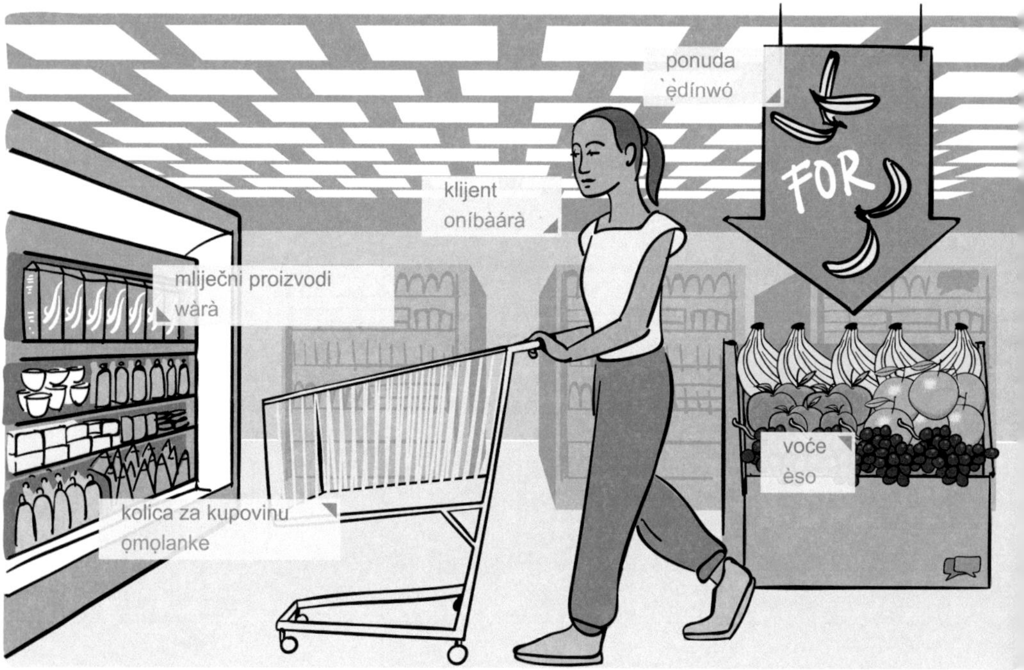

ponuda
`ẹ̀dínwó
FOR
klijent
oníbàárà
mliječni proizvodi
wàrà
voće
èso
kolica za kupovinu
ọmọlanke

BUTCHERS

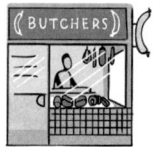

mesnica- klaonica

alápatà

BAKERY

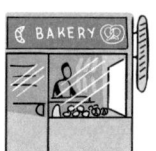

pekara

beka

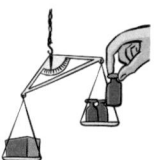

vagati

wọ̀n

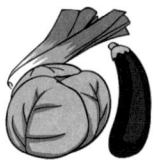

povrće

ewébẹ̀

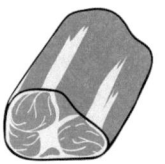

meso

ẹran

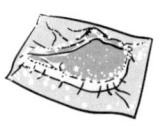

zaleđena hrana

oúnjẹ dídì

narezak

ẹran tútù

konzerve

oúnjẹ agolo

prašak za veš

ọsẹ ifọṣọ

slatkiši

àdíndùn

kućanski proizvodi

àgbéjáde ẹbí

sredstvo za čišćenje

ohun ìtọ́jú

prodavačica

olùtajà

kasa

tili

blagajnik

akawó

lista za kupovinu

àkójọ ìrajà

radno vrijeme

wákàtí ìbẹ̀rẹ̀

novčanik

ìpamọ́

kreditna kartica

káàdì arọ́pò owó

torba

báàgì

najlonska vrećica

báàgì ọrá

supermarket - ibi ìtajà

piće
ohun mímu

voda
omi

sok
omi èso

mlijeko
wàrá

kola
koki

vino
waini

pivo
bia

alkohol
ọtí líle

kakao
kòkó

čaj
tii

kafa
kọfí

espreso
ẹsipirẹso

kapućino
kapusino

jelo
oúnjẹ

banana — jabuka — narandža
ọgẹdẹ — apu — ọsàn

lubenica — limun — mrkva
ẹ̀gúsí — òronbò — karọti

bijeli luk — bambus — crveni luk
galiki — ọparun — àlùbọsà

gljiva — orašasti plodovi — pasta
esun — ẹ̀pà — nodu

špagete	riža	salata
sipajẹti	ìrẹsì	saladi

pomfrit	pečeni krompir	pica
ìpanu	ànàmọ́ díndín	pisa

hamburger	sendvič	šnicla
bọ́gà	sanwişi	ẹran sísun

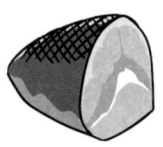

šunka	kobasica	kobasica
ẹsẹ̀ ẹlẹ́dẹ̀	salami	sọseji

kokoš	pečenje	riba
ẹran ẹdìyẹ	sun	ẹja

jelo - oúnjẹ

zobene pahuljice

oti poreji

muzli

museli

kornfleks

confulakisi

brašno

iyèfun

kroason

kirosanti

zemičke

rolu búredì

kruh

buredi

tost

dín

keksi

bisikiti

maslac

bòtà

svježi sir

kodu

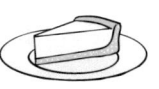

kolač

keki

jaje

eyin

jaje na oko

eyin díndín

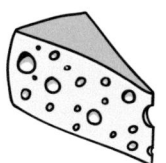

sir

șiși

jelo - oúnję

sladoled — aisi kirimu

šećer — ṣúgà

med — oyin

marmelada — jamu

nugat krema — àfira ṣokoleti

kuri — kọri

jelo - oúnjẹ

seosko imanje
oko

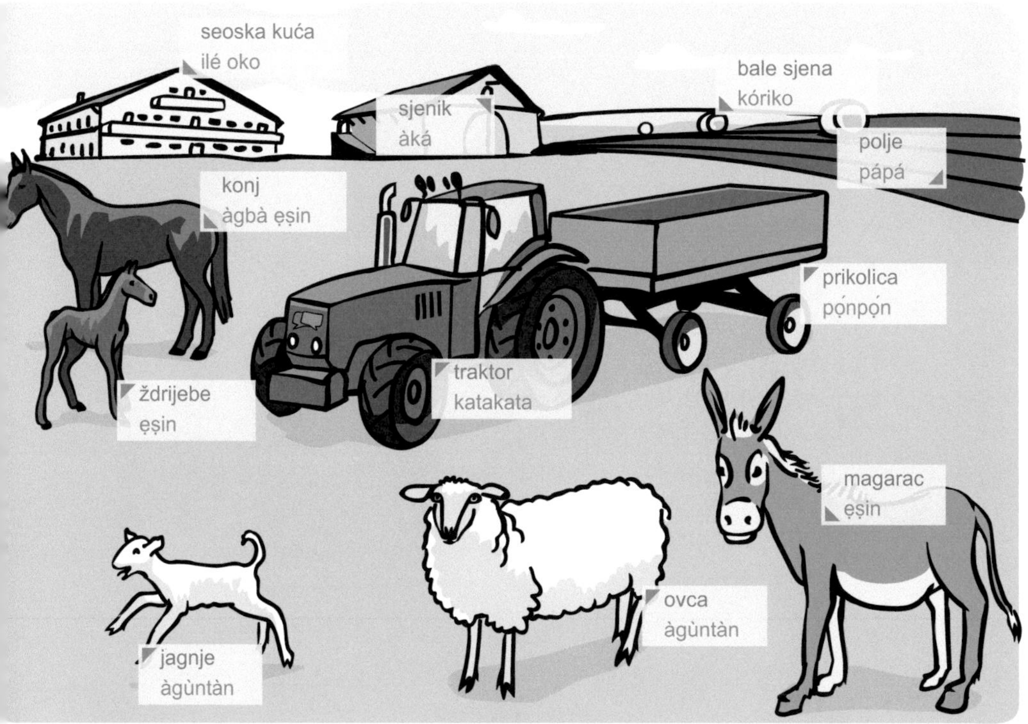

seoska kuća / ilé oko
sjenik / àká
bale sjena / kóriko
polje / pápá
konj / àgbà ẹṣin
prikolica / pọ́npọ́n
ždrijebe / ẹṣin
traktor / katakata
magarac / ẹṣin
ovca / àgùntàn
jagnje / àgùntàn

koza
ewúrẹ́

krava
máàlù

tele
ọdọ́ àgùntàn

svinja
ẹlẹ́dẹ̀

prase
ọmọ ẹlẹ́dẹ̀

bik
àgbò

guska

ọmọ pẹ́pẹ́yẹ

patka

pẹ́pẹ́yẹ

pile

ọmọ adìyẹ

kokoška

adìyẹ

pjetao

àkùkọ

pacov

èkúté

mačka

olóngbò

miš

eku

vol

kẹtẹkẹtẹ

pas

ajá

pseća kućica

ilé ajá

crijevo za baštu

ọpá ọgbà

kanta za zalijevanje

abọ́ omi

kosa

scythe

plug

ọkọ̀ irúgbìn

srp	motika	vile
abẹ oko	ọkọ́	irinṣẹ́ kóriko

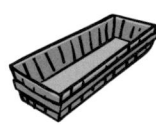

sjekira	tačke	korito
àáké	wilibaro	àgbá

bokal za mlijeko	vreća	ograda
abọ wàrà	àpò	ògiri

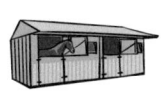

štala	staklenik	tlo
pẹpẹ oko	ibi ìdáko	ilẹ̀

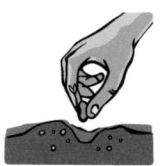

sjeme	đubrivo	kombajn
irúgbìn	ajílẹ̀	àkópọ̀ olùkórè

seosko imanje - oko

kositi
ìkórè

žetva
ìkórè

jam korijen
iṣu

pšenica
bàbà

soja
soya

krompir
ànàmọ́

kukuruz
àgbàdo

uljana repica
irúgbìn rapu

drvo voća
igi èso

manioka
ẹ̀gẹ́

žito
jéró

seosko imanje - oko

kuća
ilé

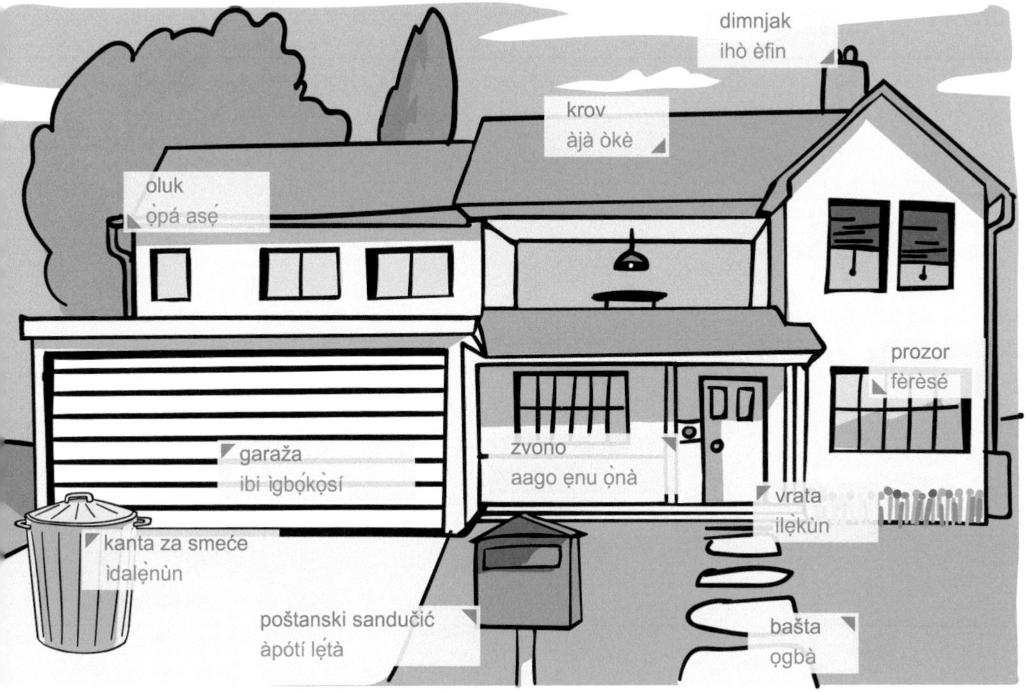

- dimnjak / ihò èfin
- krov / àjà òkè
- oluk / ọ̀pá asẹ́
- prozor / fèrèsé
- garaža / ibi igbọ́kọ̀sí
- zvono / aago ẹnu ọ̀nà
- vrata / ilẹ̀kùn
- kanta za smeće / idalẹ̀nùn
- poštanski sandučić / àpótí lẹ́tà
- bašta / ọgbà

dnevni boravak
yàrá igbé

kupatilo
ilé ìwẹ̀

kuhinja
ilé ìdáná

spavaća soba
yàrá ibùsùn

dječija soba
yàrá ọmọdé

trpezarija
yàrá ìjẹun

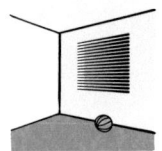

pod, tlo
ilẹ̀

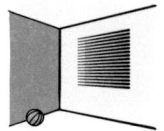

zid
ògiri ilé

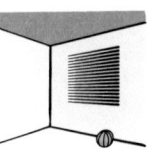

plafon
àjà

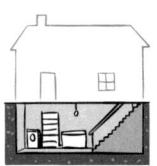

podrum
sẹla

sauna
sauna

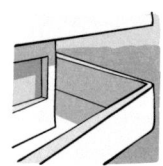

balkon
ọdẹ̀dẹ̀

terasa
ọ̀nà

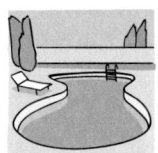

bazen
ibi ìwẹ̀

kosilica
ẹrọ ìgékọ

posteljina
ojú-ewé

pokrivač
aṣọ orí ibùsùn

krevet
ibùsùn

metla
ọwọ̀

kanta
garawa

prekidač
yípo

kuća - ilé

dnevni boravak
yàrá ìgbé

tapeta
pépà ògiri

fotografija
àwòrán

lampa
iná

polica
sẹ́fu

ormar
kọ́bọ́du

dimnjak
ibi ìdáná

televizija
àmóhùnmáwòrán

cvijet
òdòdó

jastuk
tìmùtìmù

vaza
fasi

kauč
sofa

daljinski upravljač
ìdarí takété

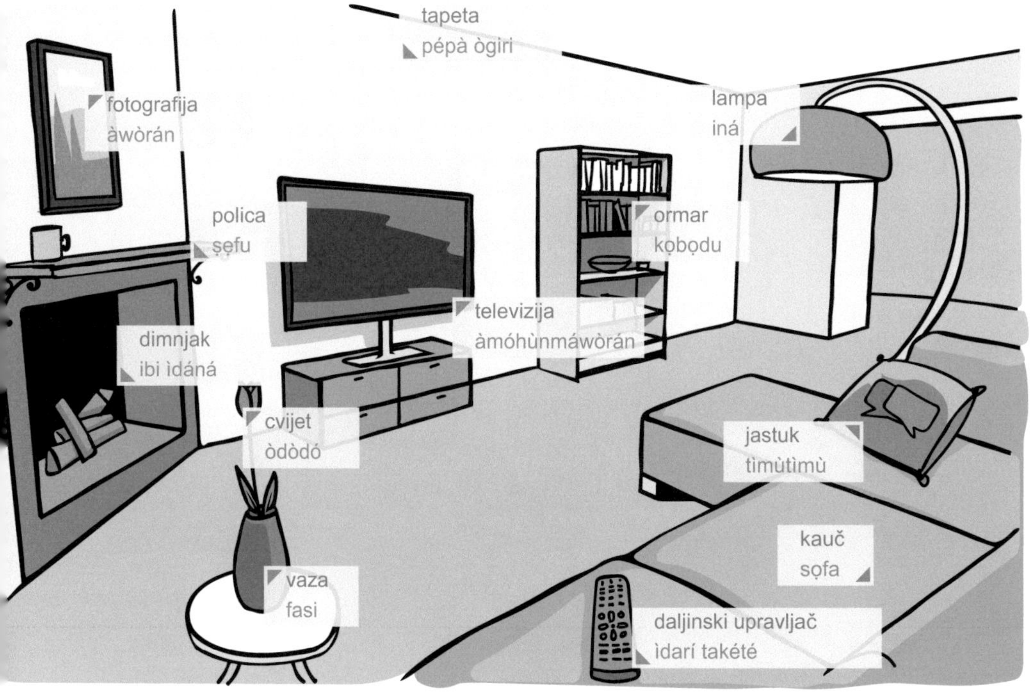

tepih
kapẹti

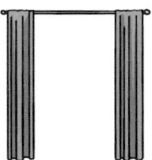

zavjesa
kọtini

stol
tábìlì

stolica
àga

stolica za ljuljanje
àga amìtìti

fotelja
àga ọlọ́wọ́

dnevni boravak - yàrá ìgbé

knjiga
iwé

deka
aṣọ ibora

dekoracija
ọ̀ṣọ́

ložno drvo
igi idáná

film
fíìmù

stereo uređaj
irinṣẹ́ hi-fi

ključ
kọ́kọ́rọ́

novine
iwé ìròyìn

umjetnička slika
kíkunlé

poster
àlẹ̀mọ́

radio
redio

blok za bilješke
ìkọwé

usisavač
ufa

kaktus
kakitọsi

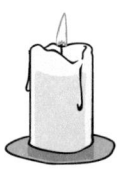
svijeća
àbẹ̀là

dnevni boravak - yàrá ìgbé

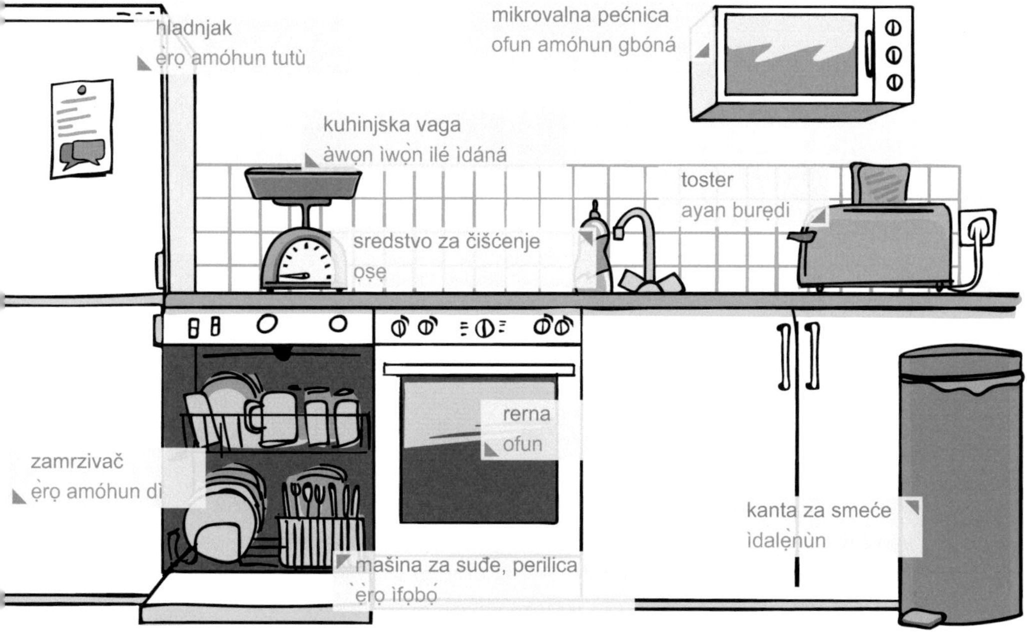

kuhinja
ilé ìdáná

hladnjak
ẹrọ amóhun tutù

mikrovalna pećnica
ofun amóhun gbóná

kuhinjska vaga
àwọn ìwọn ilé ìdáná

toster
ayan burẹdi

sredstvo za čišćenje
ọsẹ

rerna
ofun

zamrzivač
ẹrọ amóhun dì

kanta za smeće
idalẹnùn

mašina za suđe, perilica
ẹrọ ifọbọ́

peć
ìdáná

lonac
ịsasun

metalni lonac
ịsasun irin

vok / kadai
wok / kadai

tava, tiganj
panu

kuhalo
kẹturu

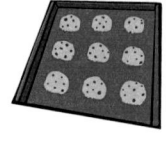

aparat za kuhanje na pari   lim za pečenje   posuđe
amoru   pẹpẹ ìdáná   díḍáná

šalica   činija   kineski štapići
ife gilasi   àdému   igi ìjẹun

kutlača   lopatica   metlica za snijeg bjelanjca
ladu   ṣíbí kòtò   wisiki

sito za kuhanje   sito   ribež
sitirena   asẹ́   gireta

avan s tučkom   roštilj   ložište
odó   àsun   ibi ìdáná

kuhinja - ilé ìdáná

daska

pẹpẹ gígé

oklagija

igi ìlọ̀

vadičep

kọkisukuru

konzerva

agolo

otvarač za konzerve

olùṣí agolo

krpe za lonac

àdìmú iṣasun

sudoper

kòtò

četka

burọṣi

spužva

kaninkanin

mikser

ẹrọ ilọta

zamrzivač

ẹrọ amóhun dì oníkòtò

flašica za bebu

ohun ìjẹun ọmọdé

slavina

ẹnu ẹrọ omi

kuhinja - ilé ìdáná

kupatilo
ilé ìwẹ̀

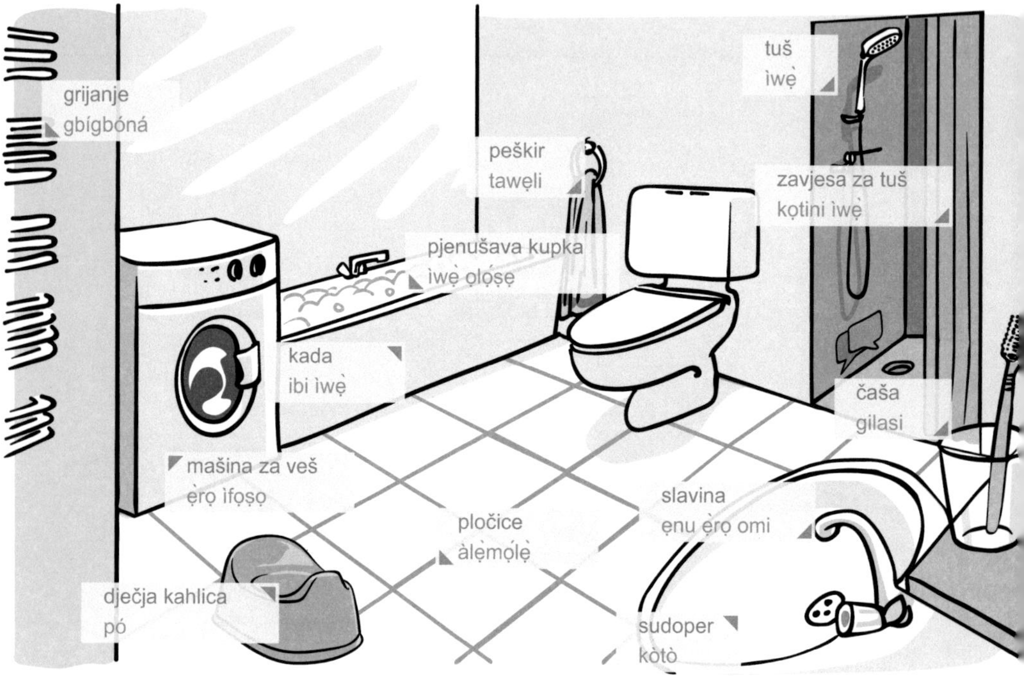

- tuš / ìwẹ̀
- grijanje / gbígbóná
- peškir / tawẹli
- zavjesa za tuš / kọtini ìwẹ̀
- pjenušava kupka / ìwẹ̀ olọ́ṣẹ
- kada / ibi ìwẹ̀
- čaša / gilasi
- mašina za veš / ẹ̀rọ ìfọṣọ
- slavina / ẹnu ẹ̀rọ omi
- pločice / àlẹ̀mọ́lẹ̀
- dječja kahlica / pó
- sudoper / kòtò

toalet
ibi ìyàgbẹ́

čučavac
ibi ṣálángá

bide
bidẹti

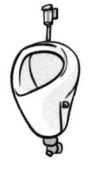

pisoar
títọ̀

toalet papir
pépa ibi ìyàgbẹ́

četka za wc
burọṣi ibi ìyàgbẹ́

kupatilo - ilé ìwẹ̀

četkica za zube

ìgí ifọnu

pasta za zube

ọṣẹ ifọnu

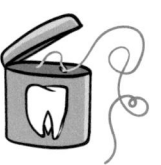

zubni konac

filọsi eyín

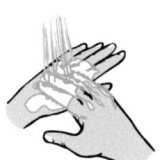

prati

fọṣọ

tuš

ìwẹ̀ olówó

intimni tuš

doṣi

lavor

basin

četka za leđa

burọṣi ẹ̀yìn

sapun

ọṣẹ

gel za tuširanje

gẹlì ìwẹ̀

šampon

ọ̀ṣẹ irun

krpe za pranje

filanẹni

odvod

sẹ́

krema

ìpara

dezodorans

olóòrùn dídún

kupatilo - ilé ìwẹ̀

ogledalo

dingi

ogledalo za šminkanje

díngi ọwọ́

brijač

abẹ

pjena za brijanje

fomu ifárungbọ̀n

vodica poslije brijanja

lẹ́yìn ifarungbọ̀n

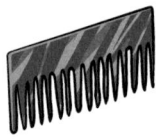

češalj

iyarun

četka

burọ̣̀ì

fen

agbẹrun

sprej za kosu

iparun

puder

ìmúra

karmin

ìtọ́tè

lak za nokte

fanisi èkaná

vata

òwú

makazice za nokte

sisọsi èkaná

parfem

pafumu

kupatilo - ilé ìwẹ̀

kozmetička torbica	hoklica	vaga
báàgì iwẹ̀	àga	ìwọ̀n

kupaći ogrtač	rukavice za čišćenje	tampon
okùn iwẹ̀	ìbọ̀wọ́ rọ́bà	tampun

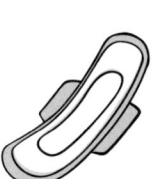 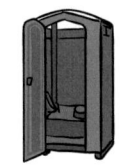

uložak za dame	hemijski toalet
ìnuwọ́	ṣálángá kẹmika

dječija soba
yàrá ọmọdé

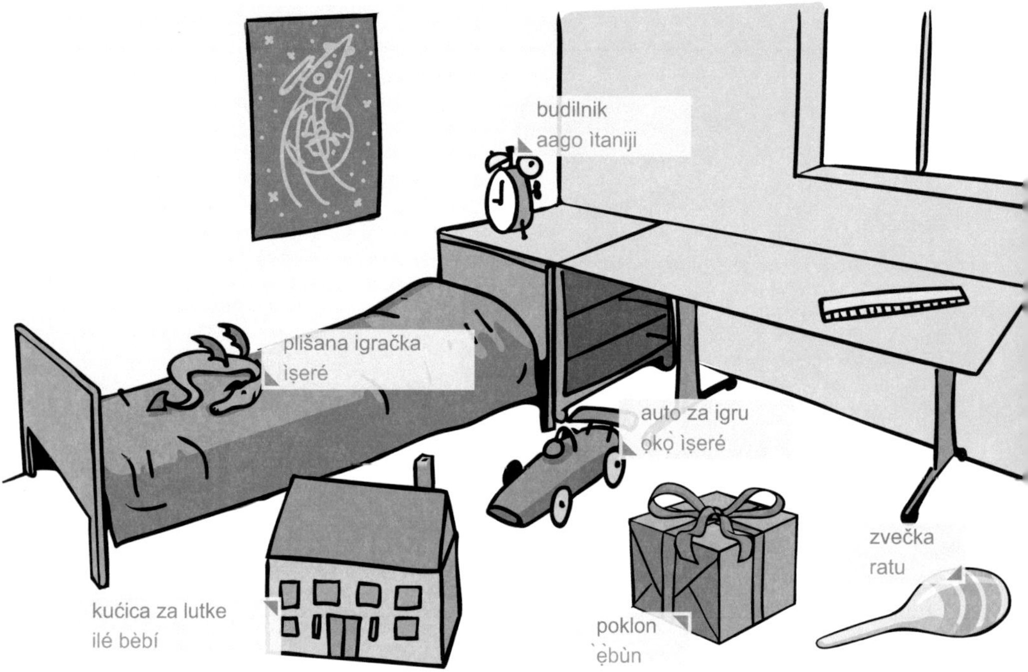

budilnik
aago ìtaniji
plišana igračka
ìṣeré
auto za igru
ọkọ̀ ìṣeré
zvečka
ratu
kućica za lutke
ilé bèbí
poklon
ẹ̀bùn

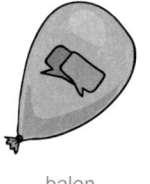

balon

fèrè

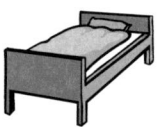

krevet

ibùsùn

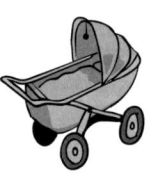

kolica za djecu

ìgbọ́mọ

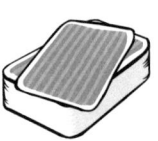

karte za igranje

àpapọ̀ káàdì

puzle

ayùn

SUPER
MEGA

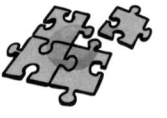

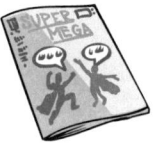

strip

àwàdà

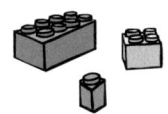

lego kockice

àwọn biriki

kockice za gradnju

ohun işeré

akcione figure

figọ ìse

benkica

idàgbàsókè

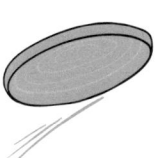

frizbi

firisibi

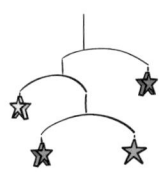

mobile

alágbèéká

igra na ploči

eré pẹpẹ

kocka

daisi

miniatura željeznice

àkópọ̀ ìkọ́ni àwòṣe

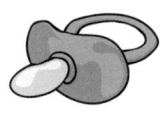

cucla

dọmi

zabava

ayẹyẹ

slikovnica

ìwé àwòrán

lopta

bọ́ọ̀lù

lutka

bèbí

igrati

ṣeré

dječija soba - yàrá ọmọdé

pješćanik	ljuljačka	igračke
kòtò yẹ̀pẹ̀	jangilofa	àwọn ìṣeré

konzola za igru	triciklo	medvjedić
kọ́nsolu ìṣeré fídíò	ẹlẹ́sẹ̀ mẹ́ta	bẹ̀bí ọmọdé

ormar

ibi ikaṣọsi

odjeća
aṣọ

kratke čarape	čarape	hulahopke
sọkisi	sitọkin	ṣòkòtò

odjeća - aṣọ

bodi
ara

hlače
ṣòkòtò

farmerke
kakí

suknja
sikẹti

bluza
bulausi

košulja
ṣẹti

džemper
dúró

majica
ìbòrí

sako
aṣọ òkè

jakna
aṣọ otútù

mantil
kotu

kišni mantil
aṣọ òjò

kostim
ìmúra

haljina
wọṣọ

vjenčanica
aṣọ ìgbéyàwó

odjeća - aṣọ

odijelo | spavaćica | pidžama
sutu | aṣọ àwọ̀sùn | pijama

sari | marama | turban
sari | gèlè | tọbanu

burka | kaftan | abaja
bọka | kafitani | abaya

kupaći kostim | kupaće gaće | kratke hlače
aṣọ iwẹdò | aṣọ àwọ̀sókè | penpe

trenerka | pregača | rukavice
kotu | aṣọ ìdáná | ibọ̀wọ́

odjeća - aṣọ

dugme	naočare	narukvica
bọ̀tínnì	awò	ẹ̀gbà ọwọ́

ogrlica	prsten	naušnica
ẹgbà ọrùn	òrùka	gbígbọ́

kapa	vješalica	šešir
filà	ìkọ́ kotu	àkẹtẹ̀

 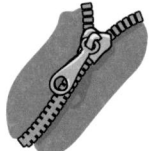 

kravata	patentni zatvarač	kaciga
tai	sipu	koto

tregeri za hlače	školska uniforma	uniforma
bírẹsí	aṣọ ilé-ìwé	yunifọmu

podbradak
bibu

cucla
dọmi

pelene
ìlédìí

ured
ọfisi

- server — olùpín
- ormar za kartoteku — ibi àkópamọ́ faili
- štampač — ẹ̀rọ ìtẹ̀wé
- monitor — aṣàfihàn
- papir — pépà
- pisaći sto — dẹsiki
- miš — atọ́ka
- registrator — fódà
- tastatura — àtẹ bọ́tìnnì
- korpa za papir — agbọ̀n ìdalẹ̀nù
- kompjuter — kọmpútà
- stolica — àga

šolja za kafu
ife kọfí

kalkulator
ẹ̀rọ ìṣirò

internet
ayélujára

ured - ọfisi

laptop	pismo	poruka
kòmpútà àgbélétan	létà	ifíránṣẹ́

mobilni telefon	mreža	aparat za kopiranje
alágbèéká	nẹtíwọkì	ẹ̀rọ ẹdà

softver	telefon	utičnica
sọftwia	ẹ̀rọ ibánisọ̀rọ̀	ihò iná

 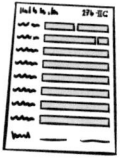 

faks	formular	dokument
ẹ̀rọ fakisi	fọ́ọ̀mù	ìwé àkọsílẹ̀

ured - ọfisi

ekonomija
ọrọ ajé

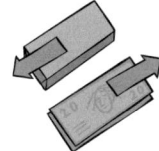
kupovati
rà

platiti
sanwó

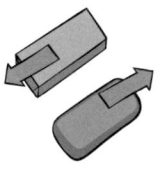
trgovati
ṣòwò

novac
owó

 USD

dolar
dọla

EUR

euro
yuro

 JPY

jen
yẹni

 RUB

rublja
rọbu

 CHF

franak
Siwisi frans

 CNY

renminbi jen
renminbi yuan

 INR

rupi
rupi

bankomat
ibi owó

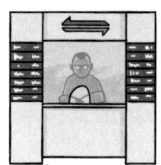

mjenjačnica

ibi ìpàrọ̀ owó

zlato

wúrà

srebro

fàdákà

nafta

epo

energija

agbára

cijena

iye

ugovor

àdéhùn

porez

owó orí

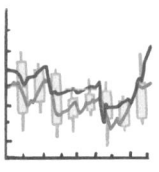

akcija

ìpín ọjà

raditi

ṣiṣẹ́

službenik

òṣìṣẹ́

poslodavac

agbani síṣẹ́

fabrika

ilé iṣẹ́

radnja

ìsọ̀

52   ekonomija - ọrọ̀ ajé

zanimanja
àwọn iṣẹ́ ààyò

policajac
ọgá ọlọ́pàá

vatrogasac
panápaná

kuhar
adáná

ljekar
dókítà

pilot
awakọ̀ òfurufú

baštovan
ológbà

stolar
gbẹ́nàgbẹ́nà

krojačica
aránṣọ

sudija
adájọ́

hemičar
olóògùn

glumac
òṣèré

vozač autobusa
awakọ̀ èrò

vozač taksija
awakọ̀ èrò

ribar
apẹja

čistačica
omidan agbálẹ̀

krovopokrivač
kanlékanlé

konobar
agbóunjẹ

lovac
ọdẹ

moler
akunlé

pekar
olùṣe iyẹ̀fun

električar
aṣàtúnṣe iná

građevinski radnik
akọ́lé

inženjer
amojú ẹ̀rọ

koljač
alápatà

limar, vodoinstalater
pulọmba

poštar
afiwé ránṣẹ́

zanimanja - àwọn iṣẹ́ ààyò

vojnik
jagunjagun

arhitekta
ayàwòrán ilé

blagajnik
akawó

cvjećar
olódòdó

frizer
aṣerun lóge

kontrolor
adarí èrò

mehaničar
aṣàtúnṣe ọkọ̀

kapiten
adarí

zubar
olùtọ́jú eyin

naučnik
onímọ̀ ijinlẹ̀

rabin
olùkọ́ni

imam
imamu

monah
mọnki

sveštenik
òjíṣẹ́ Ọlọ́run

zanimanja - àwọn iṣẹ́ ààyò

alat
àwọn irinṣẹ́

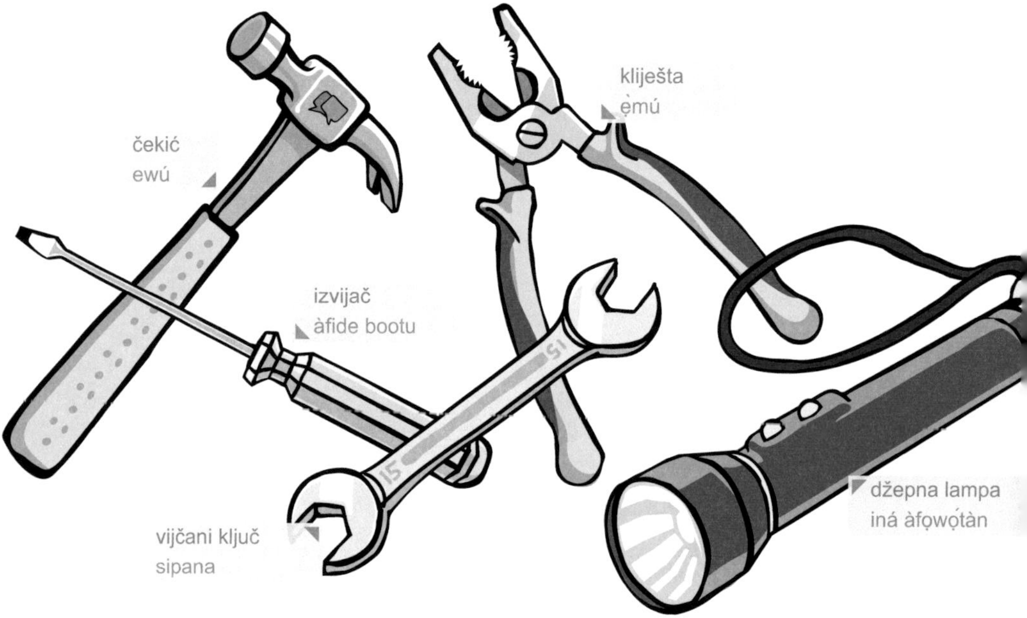

čekić
ewú

kliješta
ẹ̀mú

izvijač
àfidé bootu

vijčani ključ
sipana

džepna lampa
iná àfọwọ́tàn

bager
jiga

kutija sa alatom
àpótí irinṣẹ́

ljestve
àgàsọ̀

testera, pila
ayùn

ekser
ẹ̀ṣọ́

bušilica
ìlu

popraviti
túnṣe

lopata
ṣóbìrì

sranje!
Adágún!

lopatica
igbá ìdọ́tí

kanta boje
kòkò ọ̀dà

vijak
bootu

muzički instrumenti
àwọn irinṣẹ́ orin

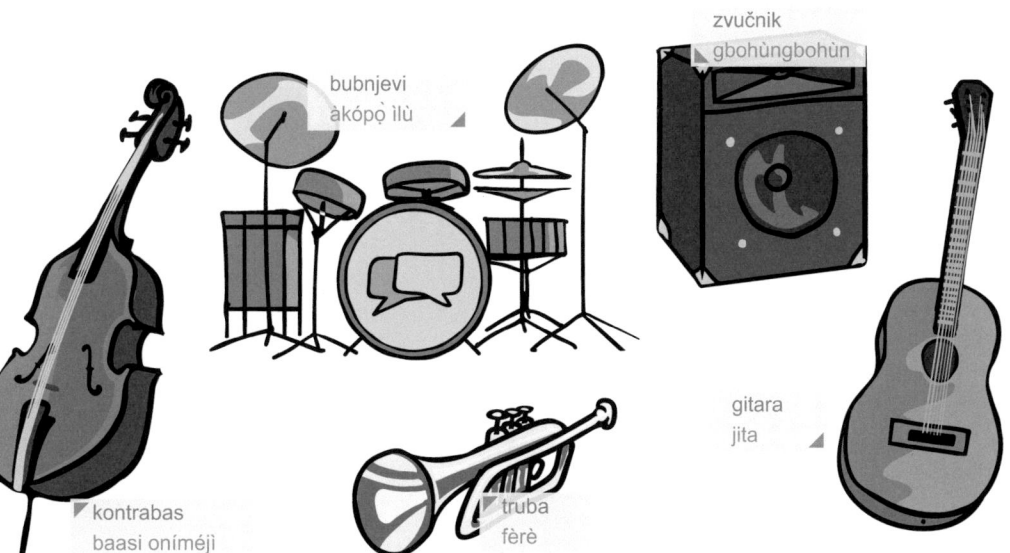

muzički instrumenti - àwọn irinṣẹ́ orin

klavir
dùrù

violina
faolin

bas
baasi

bubanj timpani
timpani

bubanj
àwọn ìlù

sintisajzer
kiibọdu

saksofon
sasofonu

flauta
fèrè ìpè

mikrofon
ẹ̀rọ gbohùngbohùn

zoološki vrt
ibi ẹranko

tigar
ẹkùn

ulaz
iwọlé

kavez
ibi ihámọ

zebra
àgbọ̀nrín

hrana za životinje
oúnjẹ ẹranko

panda
panda

životinje
àwọn ẹranko

slon
erin

kengur
kangaruu

nosorog
raino

gorila
ọ̀bọ lagido

medvjed
biari

zoološki vrt - ibi ẹranko

kamila	noj	lav
kẹtẹkẹtẹ́	ẹyẹ agùnlọ̀rùn	kìnìún

majmun	flamingo	papagaj
ọ̀bọ	yọjayọja	ayékòótọ́

polarni medvjed	pingvin	morski pas
biari omi	pinguin	ṣaki

paun	zmija	krokodil
ọkín	ejò	ọ̀nì

čuvar u zološkom vrtu	tuljan	jaguar
olùtọ́jú ibi ẹranko	sili	jagua

zološki vrt - ibi ẹranko

poni
poni

leopard
ẹkùn

nilski konj
ẹran omi

žirafa
jirafi

orao
àṣá

divlja svinja
ẹlẹdẹ igbó

riba
ẹja

kornjača
ìjàpá

morž
wọrọsi

lisica
kọlọkọlọ

gazela
gasẹli

zoološki vrt - ibi ẹranko

sport
àwọn eré ìdárayá

američki fudbal
Bọ́ọ̀lù àfẹsẹ̀gbá Amẹrika

vožnja bicikla
kẹ̀kẹ́

tenis
tẹnisi

košarka
bọ́ọ̀lù agbọ̀n

plivanje
iwẹ̀ odò

hokej na ledu
ọkí yìnyín

boks
ẹlẹ́sẹ̀ẹ́

fudbal
bọ́ọ̀lù àfẹsẹ̀gbá

bedminton
badmintin

laka atletika
àwọn tí ń sáré

rukomet
bọ́ọ̀lù ọlọ́wọ́

skijanje
eré orí yìnyín

polo
polo

sport - àwọn eré ìdárayá

aktivnosti
àwọn iṣẹ́

aktivnosti - àwọn iṣẹ́

imati ní	raditi ṣe	biti jẹ́

stajati dúró	trčati sáré	vući fà

baciti jù	pasti ṣubú	ležati parọ́

čekati dúró	nositi gbé	sjediti jókòó

obući múra	spavati sùn	probuditi jí

aktivnosti - àwọn iṣẹ́

pogledati
wo

plakati
kígbe

milovati
ọ̀pá

češljati
ìlarun

govoriti
sọ̀rọ̀

razumjeti
lóye

pitati
bèrè

slušati
tẹ́tí

piti
omi

jesti
jẹun

pospremiti
palẹ̀mọ́

voljeti
ifẹ́

kuhati
dáná

voziti
wakọ̀

letjeti
fò

jedriti
ìgbín

računati
șírò

čitati
kàwé

učiti
kọ́

raditi
șișẹ́

vjenčavti
gbéyàwó

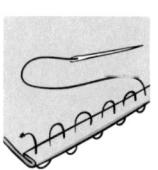
šiti
ránṣọ

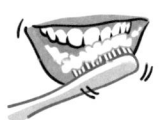
prati zube
fọ eyín

ubiti
pa

pušiti
mu sìgá

slati
firánṣẹ́

aktivnosti - àwọn iṣẹ́

porodica
ẹbí

baka — ìyá ńlá

djed — bàbá ńlá

otac — bàbá

majka — ìyá

beba — ọmọdé

kćerka — ọmọbìnrin

sin — ọmọkùnrin

gost
àlejò

ujna, tetka, strina
àbúrò ìyá

ujak, tetak, stric
àbúrò bàbá

brat
arákùnrin

sestra
arábìnrin

tijelo
ara

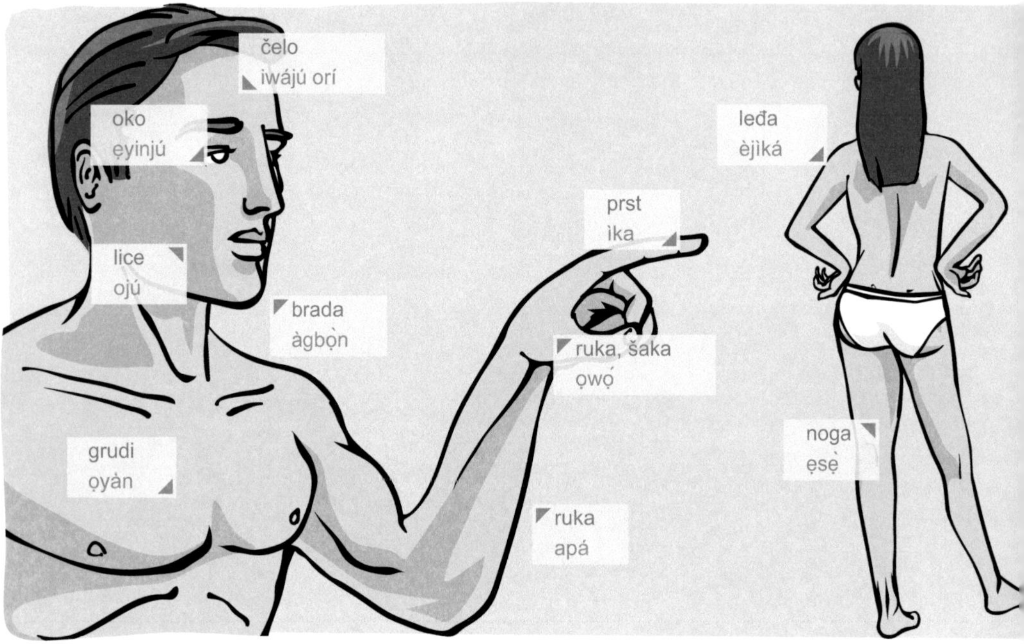

čelo
iwájú orí

oko
ẹyinjú

lice
ojú

brada
àgbọ̀n

grudi
ọyàn

prst
ìka

ruka, šaka
ọwọ́

ruka
apá

leđa
èjìká

noga
ẹsẹ̀

beba
ọmọdé

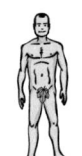

muškarac
ọkùnrin àgbà

žena
obìnrin àgbà

djevojčica
obìnrin

dječak
ọkùnrin

glava
orí

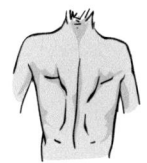

leđa
ẹ̀yìn

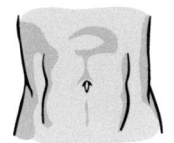

stomak
inú

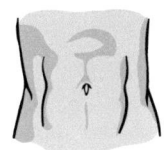

pupak
ìdodo

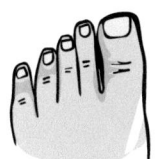

nožni prst
ìka ẹsẹ̀

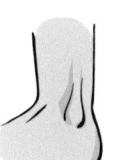

peta
ẹ̀yìn ẹsẹ̀

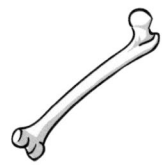

kosti
egungun

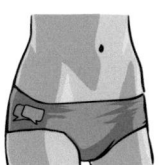

kuk
ìbàdí

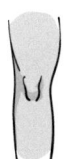

koljeno
orúnkún

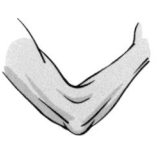

lakat
ìgúpá

nos
imú

stražnjica
ìdí

koža
awọ

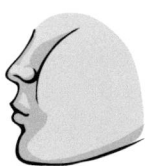

obraz
ẹ̀rẹ̀kẹ́

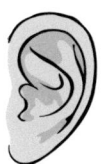

uho
etí

usna
ètè

usta
ẹnu

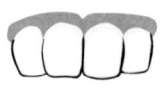
zub
eyín

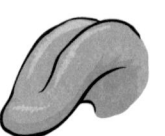
jezik
ahọ́n

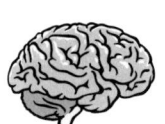
mozak
ọpọlọ

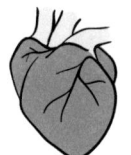
srce
ọkàn

mišić
iṣan

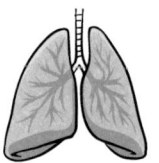
pluća
ifun

jetra
ẹdọ̀

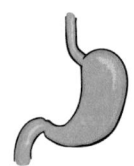
želudac
ikùn

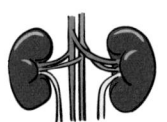
bubreg
kíndirín

spolni odnos
ìbálòpọ̀

kondom
rọ̀bà àbò

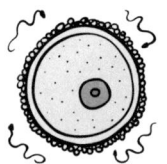
jajna ćelija
ofumu

sperma
àtọ̀

trudnoća
oyún

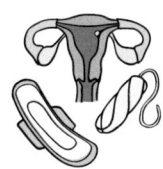 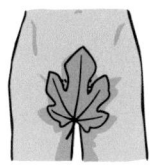 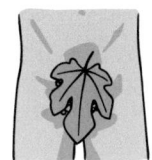

menstruacija — ǹkan oṣù

vagina — òbò

penis — okó

  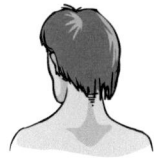

obrva — ìpénpéjú

kosa — irun

vrat — ọrùn

bolnica
ilé ìwòsàn

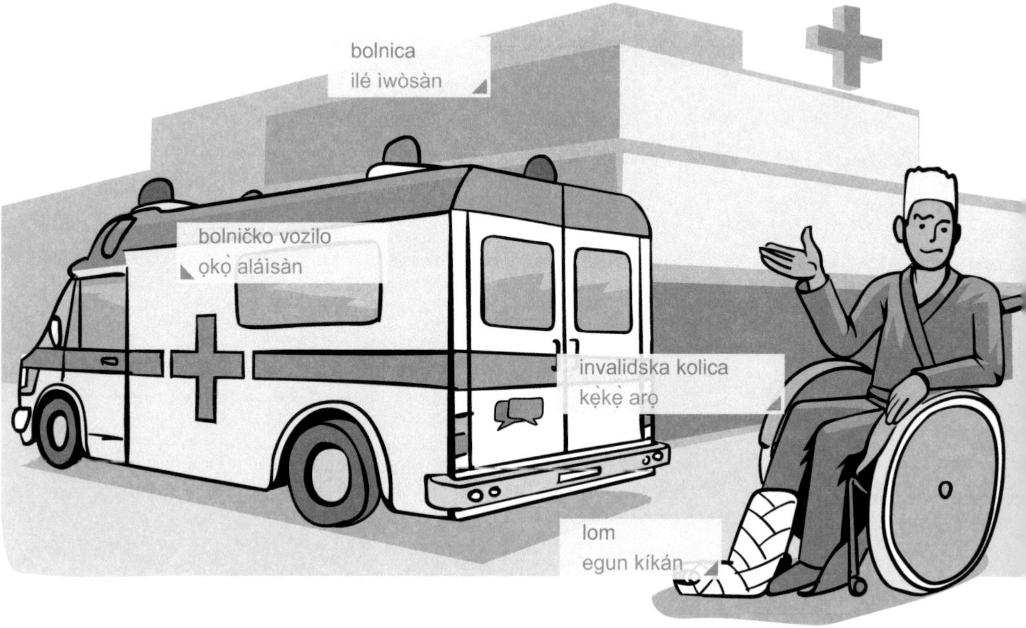

- bolnica / ilé ìwòsàn
- bolničko vozilo / o̩ko̩ aláìsàn
- invalidska kolica / kè̩kè̩ aro̩
- lom / egun kíkán

ljekar
dókítà

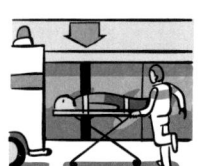
hitna služba
yàrá pàjáwìrì

medicinska sestra
nó̩ò̩sì

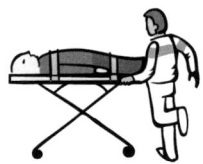
hitna pomoć
pàjáwìrì

nesvjest
dákú

bol
ìrora

bolnica - ilé ìwòsàn

povreda
egbò

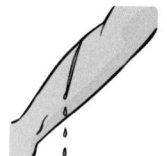
krvarenje
èjè dídà

srčani udar, infarkt
àisàn ọkàn

moždani udar
rọpárọsè

alergija
àlébù ògùn

kašalj
ikọ́

groznica
ibà

gripa
ọ̀finkìn

proljev
ìgbẹ́ gburu

glavobolja
èfọ́rí

rak
jẹjẹrẹ

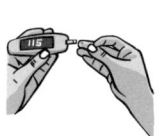
dijabetes
ìtọ̀ ṣúgà

hirurg
alábẹ

skalpel
abẹfẹ́lẹ́

operacija
iṣẹ́ abẹ

bolnica - ilé ìwòsàn

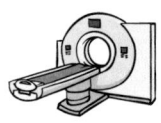

CT

CT

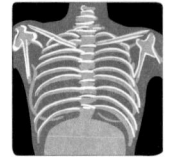

rendgen

x-ray

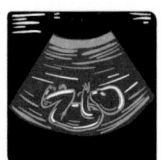

ultrazvuk

ọtirasandi

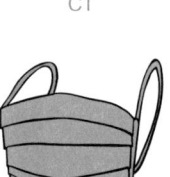

maska

aṣọ ibòjú

bolest

àrùn

čekaonica

yàrá idúró

štake

ọ̀pá

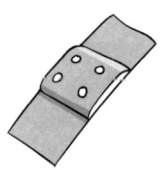

flaster

àlẹ̀mọ́

zavoj

aṣọ àfiwé

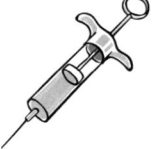

injekcija

abẹ́rẹ́

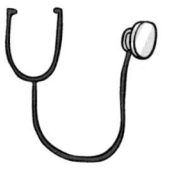

stetoskop

àyẹ̀wò èémì

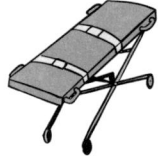

nosilo

àtẹ aláìsàn

termometar

ẹ̀rọ iwọ̀n oru ilé ìwòsàn

porod

ibí

prekomjerna težina, debljina

ìsanrajù

bolnica - ilé ìwòsàn

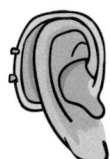		
slušni aparat	sredstvo za dezinfekciju	infekcija
ẹrọ àfigbọ́rọ̀	apa kòkòrò	àkóràn
		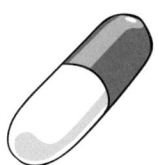
virus	HIV/ AIDS	medicina
kòkòrò	Àrùn HIV / AIDS	òògùn
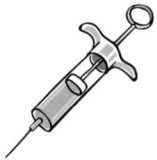	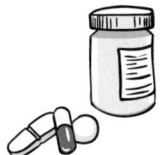	
vakcinacija	tablete	pilula
àjẹsára	tabulẹ̀ti	òògùn

hitni poziv	aparat za mjerenje pritiska	bolestan / zdrav
ìpè pàjáwìrì	atọ̀pinpin ẹ̀jẹ̀ ríru	àìsàn / lera

bolnica - ilé ìwòsàn

hitna pomoć
pàjáwìrì

Upomoć!	alarm	napad, prepad
Ìrànlọ́wọ́!	itanijí	ìluni
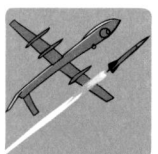		
napad	opasnost	izlaz u slučaju opasnosti
ìdójukọ	ewu	ìjáde pàjáwìrì

Požar!	vatrogasni aparat	nezgoda
Iná!	panápaná	ìjàmbá
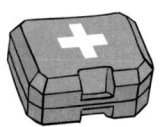		
torba prve pomoći	SOS	policija
àpótí ìtọ́jú aláìsàn	SOS	ọlọ́pàá

Zemlja
Ayé

Europa
Yuropu

Sjeverna Amerika
North Amerika

Južna Amerika
South Amerika

Afrika
Afirika

Azija
Esia

Australija
Ọsirelia

Atlantik
Atlantic

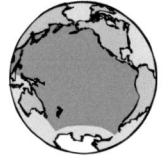
Pacifik
Pacific

Indijski okean
Indian Ocean

Antarktički okean
Antarctic Ocean

Arktički okean
Arctic Ocean

Sjeverni pol
Òpó Ìlà Òrùn

Južni pol   Antarktik   Zemlja
Òpó Ìwọ̀ Òrùn   Antarctica   Ayé

zemlja   more   ostrvo
ilẹ̀   òkun   erékùsù

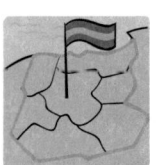
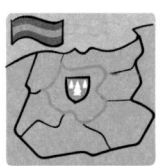

nacija   država
orílẹ̀-èdè   ìpínlẹ̀

sat
aago

brojčanik sata

ojú aago

kazaljka sata

ọwọ́ wákàtí

kazaljka minute

ọwọ́ ìṣẹ́jú

kazaljka sekunde

ọwọ́ ìṣẹ́jú ààyá

Koliko je sati?

Kínni aago sọ?

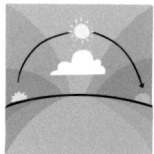

dan

ojọ́

vrijeme

àkókò

sada

báyìí

digitalni sat

aago onínọ́mbà

minuta

ìṣẹ́jú

sat

wákàtí

sedmica, nedjelja
ọ̀sẹ̀

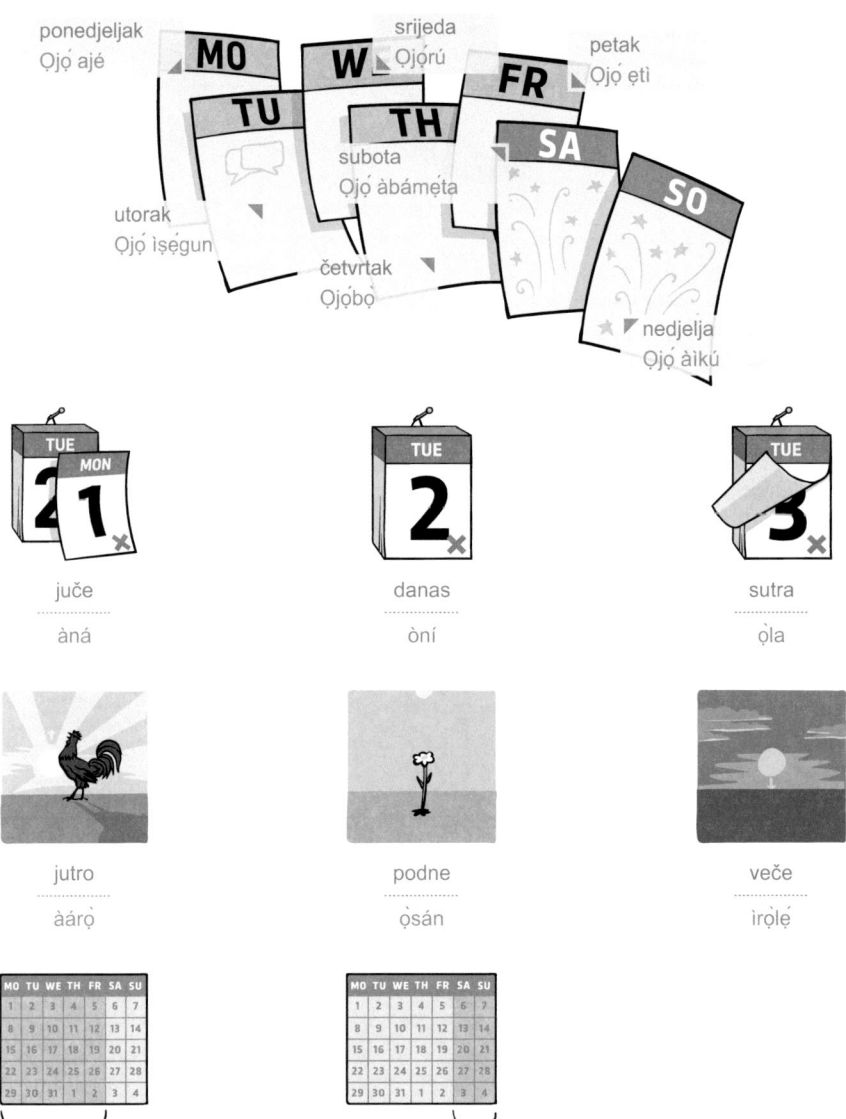

ponedjeljak — Ojọ́ ajé
utorak — Ojọ́ ìṣẹ́gun
srijeda — Ojọ́rú
četvrtak — Ojọ́bọ
petak — Ojọ́ ẹtì
subota — Ojọ́ àbámẹ́ta
nedjelja — Ojọ́ àìkú

juče — àná
danas — òní
sutra — ọ̀la

jutro — àárọ̀
podne — ọ̀sán
veče — ìrọ̀lẹ́

radni dani — àwọn ojọ́ iṣẹ́
vikend — ìparí ọ̀sẹ̀

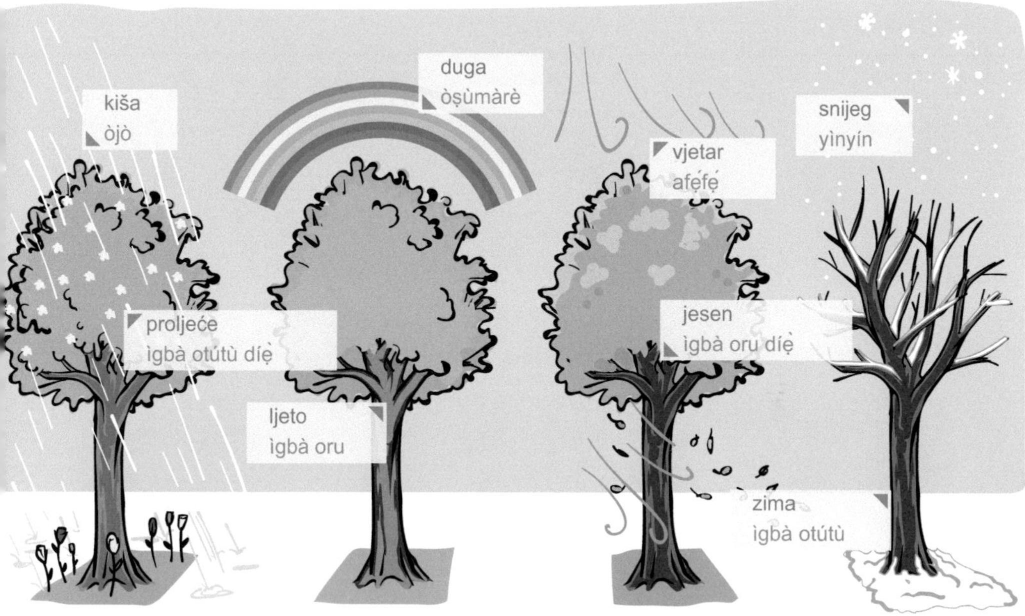

godina
ọdún

- kiša / òjò
- duga / òṣùmàrè
- snijeg / yìnyín
- vjetar / afẹ́fẹ́
- proljeće / ìgbà otútù díẹ̀
- ljeto / ìgbà oru
- jesen / ìgbà oru díẹ̀
- zima / ìgbà otútù

prognoza vremena
ìsọtẹ́lẹ̀ ojú-ọjọ́

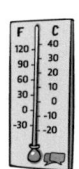

termometar
ẹ̀rọ ìwọ̀n oru

sunčev sjaj
ìtànsán òrùn

oblak
òfurufú

magla
ọ̀pọ̀lọ́

vlažnost vazduha
ọ̀gìnniti

godina - ọdún

munja

iná

grom

àrá

oluja

ìjì

tuča, led

kùrukùru

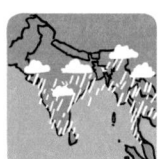

monsun

afẹ́fẹ́

poplava

àgbàrá

led

omi dídì

januar

Oṣù kínní

februar

Oṣù kejì

mart

Oṣù kẹẹ̀ta

april

Oṣù kẹẹ́rin

maj

Oṣù kaàrún

juni

Oṣù kẹfà

juli

Oṣù keèje

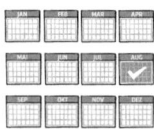

avgust

Oṣù keèjọ

godina - ọdún

septembar
Oṣù kẹẹ́sán

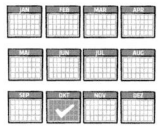
oktobar
Oṣù kẹẹ́wá

novembar
Oṣù kọkànlá

decembar
Oṣù kejilá

oblici
àwọn ìrísí

krug
róbótó

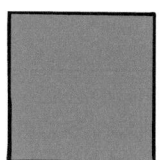
kvadrat
onígun mẹ́rin dọ́gba dọ́gba

pravougao
onígun mẹ́rin

trougao
onígun mẹ́ta

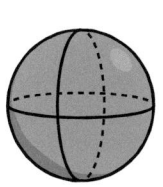
kugla
sifia

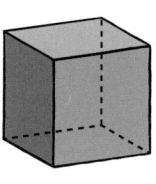
kocka
kubu

boje
àwọn àwọ̀

bjel
funfun

žut
yẹlo

narandžast
olómi ọsàn

pink
pinki

crven
pupa

ljubičast
pọpu

plav
bulu

zelen
aláwọ̀ ewé

smeđ
buranu

siv
rẹsúrẹsú

crn
dúdú

suprotnosti
òdì

malo / mnogo
ọ̀pọ̀ / níwọ̀nba

ljutit / miran
bínnú / farabalẹ̀

lijep / ružan
rẹwà / òbùrẹwà

početak / kraj
bíbẹ̀rẹ̀ / òpin

veliki / mali
ńlá / kékeré

svijetlo / tamno
mọ́lẹ̀ / dúdú

brat / sestra
arákùnrin / arábìnrin

čist / prljav
mímọ́ / dọ̀tí

potpun / nepotpun / nepotpun
parí / àìparí

dan / noć
ọjọ́ / alẹ́

mrtav / živ
kú / àyè

široko / usko
fẹ̀ / tínrín

ukusno / neukusno

jíjẹ / àìlèjẹ

zao / prijatan

ibi / dára

uzbuđen / dosadan

dunnú / sísú

debeo / mršav

tóbi / tínrín

najprije / najkasnije

àkọ́kọ́ / ìgbẹ̀yìn

prijatelj / neprijatelj

ọ̀rẹ́ / ọ̀tá

pun / prazan

kún / ṣófo

trvd / mekan

le / rọ̀

težak / lagan

wúwo / fúyẹ́

glad / žeđ

ebi / òhùngbẹ

bolestan / zdrav

àìsàn / lera

ilegalan / legalan

tàpá sófin / bá òfin mu

inteligentan / glup

ọlọ́gbọ́n / òmùgọ̀

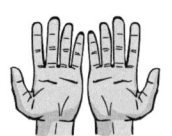

lijevo / desno

òsì / ọ̀tún

blizu / daleko

tòsí / jìnnà

86 suprotnosti - òdì

nov / polovan
tuntun / àlòkù

ništa / nešto
àìsí nkan / níní nkan

star / mlad
arúgbó / ọ̀dọ́

uključeno / isključeno
tàn / kú

otvoreno / zatvoreno
ṣí / padé

tiho / glasno
dákẹ́ / pariwo

bogat / siromašan
lọ́rọ̀ / tòsì

tačno / pogrešno
tọ̀nà / àìtọ̀nà

hrapav / glatak
àìdán / dán

tužan / srećan
banújẹ́ / dunú

kratak / dug
kúrú / gùn

spor / brz
lọ́ra / yára

mokro / suho
tutù / gbẹ

toplo / hladno
lọ́wọ́rọ́ / otútù

rat / mir
ogun / àlàfíà

suprotnosti - òdì

brojevi
nọ́mbà

0
nula
òdo

1
jedan
méní

2
dva
méjì

3
tri
mẹ́ta

4
četiri
mẹ́rin

5
pet
márùún

6
šest
mẹ́fà

7
sedam
méje

8
osam
mẹ́jọ

9
devet
mẹ́sàán

10
deset
mẹ́wàá

11
jedanaest
mọ́kànlá

12
dvanaest
méjilá

13
trinaest
mẹ́tàlá

14
četrnaest
mẹ́rìnlà

15
petnaest
mẹdogun

16
šesnaest
marundínlógún

17
sedamnaest
mẹ́tàdínlógún

18
osamnaest
méjìdínlógún

19
devetnaest
mọ́kàndínlógún

20
dvadeset
ogún

100
sto
ọgọ́rùún

1.000
hiljada
ẹgbẹ̀rún

1.000.000
milion
miliọnu

brojevi - nọ́mbà

jezici
àwọn èdè

engleski
Gẹẹsì

američki engleski
Gẹẹsì Ilẹ Amẹríkà

kinesko mandarinski
Mandarini Ṣaina

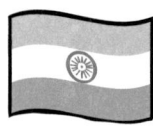
hindi
Hindi

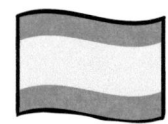
španski
Sipaniṣi

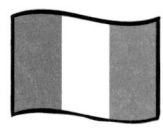
francuski
Faransé

arapski
Lárúbáwá

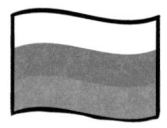
ruski
Rọṣia

portugalski
Pọtugi

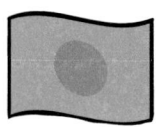
bengalski
Bẹngali

njemački
Jamani

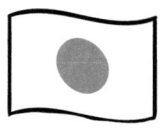
japanski
Japanisi

ko / šta / gdje
tani / kínni / báwo

ja
Èmi

ti
ìwọ

on / ona / ono
ọkùnrin / obìnrin / nkan

mi
àwa

vi
ìwọ

oni
àwọn

ko?
tani?

šta?
kínni?

kako?
báwo?

gdje?
níbo?

kada?
nígbà wo?

ime
orúkọ

gdje
níbo

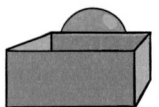

iza
lẹ́yìn

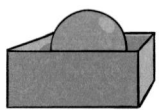

u
inú

pred
níwájú

iznad
lókè

na
lórí

ispod
lábẹ́

pored
lẹ́gbẹ̣́ẹ̣́

između
láàrín

mjesto
ibi